मृगजळ

अभिषेक बच्छाव

अनुक्रमणिका

1

मृगजळ

मी आणि माझा मित्र अमित महाबळेश्वर ला निघालो होतो... कारण काही विशेष नव्हतं, बस्स रोजच्या कंटाळवाण्या जीवनातून काही दिवस रजा घेऊन, महाबळेश्वरच्या मनमोहक वातावरणात मनाला काही वेळ का असेना शांती लाभावी, हा त्यामागील हेतू...

सकाळचे ६ वाजलेले आम्ही बस स्थानकावर बस ची वाट बघत बसलो.. तसं पाहता प्रवासाचे इतरही खूपशे पर्याय उपलब्ध होतेचं, पण आम्ही लालपरीचे शौकीन. सकाळच्या थंडगार वातावरणात बसच्या खिडकीच्या सिटवर बसून, रोमँटीक गाणीसोबत होणाऱ्या प्रवासाची सर दुसऱ्या कश्याला असूचं शकत नाही. एकदाची बस आली सकाळची वेळ असल्याने गर्दी अजिबातच नसणार हे आम्ही ओळखून होतो म्हणूनच ४-५ दिवस आधीच सिट बुक करायच्या भानगडीत आम्ही पडलो नाही, साहजिकच आगाऊ पैसेही वाचले... एकंदरीत सगळ्या गोष्टी मनासारख्या घडल्या, हवी ची जागा मिळाली आणि प्रवासाची सुरवात झाली.

अमित म्हणजे आम्या. खूप चांगला माणूस,खूप चांगला मित्र . मित्रांना सतावण्याची एकही संधी कधी सोडत नाही. खूप कमी अवधीत आम्ही चांगले मित्र बनलो.आज आम्ही सोबत प्रवास करणार होतोत तब्बल ९ तास. पण आम्या सोबत असल्यामुळे ९ तास मजेत जाणार हे ठाऊक होतं.

अमित :- आभ्या मस्तपैकी मराठी गाणे लावतो..

मी :- मराठी नको रे हिंदी लाव ना रोमँटिक एकदम, मराठीमध्ये नाहीत बे तसे..

अमित :- मराठी को हलकेमे ले रा बाशा तू

(मराठीच कौतुक सांगताना तो हिंदीत बोला)

मी:- ठिक आहे, लाव बाबा

अमित :- आज मै तुझे बताएगा मराठी की ब्युटी

(परत हिंदी)

आणि त्याने मराठी गाणं लावलं, मि खिडकीतून बाहेरचा नजारा बघायला लागलो, तेवढ्यात कानावर काही शब्द पडले...

जरा जरा टिपूर चांदणे
जरा जरा हसून बोलणे
जरा जरा जादू तुझी
जरा मनाचे वाऱ्यावर पाहणे
कळून देता अजुनी कुना
रोजच घडतो वेडा गुन्हा

अरे हे गाणं तर "ती सध्या काय करते" या चित्रपटाचं, आणि मला ही चटकन तिची आठवण झाली. मी नकळतच ४-५ वर्ष मागे गेलो, त्या जुन्या गोष्टी डोळ्यासमोरून धावू लागल्या. मनात प्रश्न आला कुठे असेल ती सध्या, काय करत असेल... मी लगेचच इंस्टाग्राम ओपन करून तिच नाव सर्च केलं आणि तिचे फोटो बघू लागलो. अजून ही ती तशीच काही काही फरक जाणवत नव्हता.

अमित :- कोण आहे बे ही?

(माझ्या मोबाईल मध्ये डोकवत)

मी :- माझं मृगजळ...

(असं का म्हणालो हे मलाच समजल नव्हत)

अमित :- मृगजळ?

मी:- बाशा ये बहूत लंबी कहाणी है...

अमित :- आपल्याला कुठं घाई आहे, ९ तास आहेत. तु आराम से बता...

ही कहाणी सुरू होते, ४-५ वर्षापूर्वी पासून. जेव्हा मी कॉलेज मध्ये होतो. आम्ही ५ मित्र, सगळे आम्हाला पांडव म्हणायचे. पांडवांनमधला एकही गुण आमच्या कोणातही नव्हता ही गोष्ट वेगळी. युधिष्ठिर सारखा सत्यवादी, भिम सारखा बलशाली, अर्जुना सारखा ध्येयवादी, नकुल सारखा देखणा आणि सहदेव सारखा सहनशील आमच्यापैकी कोणीही नव्हतं...

सगळ्यात मोठा काकासाहेब, मग तुकाराम, आकाश, मंगेश अन शेवटी नंबर लागतो तो माझा.. काकासाहेबची खासीयत अशी की तो आपल्या मतावर ठाम असायचा. मग ते बरोबर असो की मग चुक.तो आमच्यातला युधिष्ठिर (वयाने सगळ्यात मोठा असल्यामुळे), नंतर आमचा भिम तुकाराम, अंगातल्या बळाचं काही माहित नाही पण त्याच्या बोलण्यात बळ होत, हे मात्र निश्चित... मग येतो आमचा अर्जुन म्हणजेच आकाश, त्याची ध्येय सारखी बदलत राहायची.. सुंदरता अन मंगेशचा सबंध थोडक्यात चुकलेला होता... सगळ्यात शेवटी मी सहदेव, माझा अन सहनशीलतेचा दुर दुर पर्यंत कधीच सबंध नव्हता, तर अशे आम्ही ५ पांडव... वर्गातील शेवटून १,२,३,४,५ येणारे आम्हीच.

आमचा अख्खा दिवस टिंगलटवाळी करण्यातच जायचा. सहसा वर्गातील खोडकर मुलं वर्गात कमी पण बाहेर जास्त फिरताना दिसतात, पण आमच मात्र उलट होतं. १००% उपस्थिती असणारी आगाऊ पोरं अस आमच्या बद्दल सगळी प्राध्यापक लोकं बोलायची. असचं एकदा नेहमी प्रमाणे कॉलेज ला गेलो, एक मुलगी उभी होती,न्यू ॲडमिशन . बघताच क्षणी ती मला आवडली होती. देवाला प्रार्थना करत होतो की ती माझ्याच ब्रान्च ची असावी आणि मी वर्गात येवून बसलो. थोड्याच वेळात माझा मित्र आकाश तिच्या सोबत येताना दिसला, मला त्याच दिवशी मत्सर या शब्दाचा अर्थ समजला. आकाश तिला आमच्याच वर्गात घेऊन आला , तेव्हा समजलं की ही आता आमची नवीन क्लासमेट..

आकाश आज खूपच खुश दिसत होता. आज त्याचा चेहरा खूपच खुलला होता.. तो माझ्याजवळ आला अन बोलायला लागला..

आकाश :- अरे कधी आलास आभ्या?

मी :- मी तुला कॉल केला, तु उचलला नाहीस?

आकाश :- भावा ते समजलचं नाही बघ, अरे ती निशा न्यू ॲडमिशन आपल्याच वर्गात...

(हे बोलताना तो खूपच नटत होता)

मी :- अच्छा

आकाश :- काय झालं? तोंड का पाडलयस ?

मी :- नाही काही नाही, सर्व ठिक.

सर, वर्गात आले अन लेक्चर्स सुरू झाले...

आकाश :- आभ्या थोडं मागं सरक ना..

मी :- का?

आकाश :- अरे ती दिसत नाहीए नीट

(तो निशाकडे पाहत होता)

माझ्या अंगाची नुसती लाहीलाही होत होती, पण मी काहीच करू शकत नव्हतो. गपचूप मागे सरकुन बसलो..

२-३ लेक्चर नंतर जेवणासाठी सुट्टी झाली. आम्ही सर्व जण ठरलेल्या जागी जेवायला बसलो..

तुकाराम :- आभ्या काय आनलास गा आज?

मी :- थांब की जरा, डब्बा काढल्यावर समजलचं की.

काकासाहेब:- आज आक्या लई खूश दिसायलय रे

तुकाराम :- काय रे बाबा, काय विषेश?

(आकाश काही बोलणार तेवढ्यात मी तोंड उघडलं)

मी:- मला एक मुलगी आवडली.

आकाश :- भुई बग! मला पण...

तुकाराम :- आज दोघांना एकदाच? बघा बरं ती सेम पोरगी निघायची.

काकासाहेब:- आभ्या आधी तु सांग.

मी :- ती न्यू ॲडमिशन

आकाश :- अय आभ्या, अर अस असतयं का राव. मला पण तीच आवडल्या..

काकासाहेब:- हाहाहाहा... आता कसं करतावं

मी :- मी आधी बघितलयं तिला..

आकाश :- मग काय झालं, मी आधी बोललोय तिला..

नाव, गाव मी काढलावं

काकासाहेब :- अररर, अवघड झाल की आता, आक्या तु सोड जाऊ दे, तुझ्यासाठी दुसरी बघू आपण...

आकाश :- त्याला सांग की सोडायला...

तुकारामः- आभ्या अर हाईट तर बघ जरा, तुझ्यापेक्षा उंच आहे ती...

सगळे मोठमोठ्याने हसायला लागले, मला काय बोलाव सुचेना खाली मान घालून मी जेऊ लागलो...

तुकाराम :- ये गप्पा रे, एक काम करू आपण. टॉस करू जो हारेल त्यान नाद सोडायचा....

मला एक आशेचा किरण दिसत होता, कारण क्रिकेट खेळताना टॉसच्या बाबतीत मी जरा नशीबवान होतो.

मी :- हा चालतयं (घाईघाईने)

काकासाहेब :- काय आक्या?

आकाश :- अस असतयं का बे, मला खर प्रेम झालयं..

तुकाराम :- आबे खरं प्रेम असलं तर जिंकशील की टॉस..

आकाश :- हा बरं, चला करा टॉस...

तुकाराम ने आपल्या पॉकेट मध्ये असलेल्या सगळ्या नोटा चाळून एक रूपय चा कॉईन काढला... आणि मोठ्या रुबाबात त्याने तो कॉईन हवेत उडवला...

आकाश :- माझा छापा..

(मोठ्याने ओरडला)

मी खूप निवांत होतो, कारण टॉस चा बॉस मिच अस मला नेहमी वाटायचं.. क्रिकेट खेळताना मी हमखास टॉस जिंकायचो, त्यामुळे आज आपण जिंकणार अस मला वाटून गेलं..

तुकाराम :- छापा

एका क्षणात माझी सगळी स्वप्ने धुळीस मिळाली होती. आक्या भलताच खुश झाला होता, माझ खरं प्रेम आहे हे सिद्ध झालं अस त्याला वाटत होतं..

आता ठरल्याप्रमाणे मला माघार घ्यावी लागणार होती, परंतु एक शेवटचा प्रयत्न म्हणून मी आकाशला अल्लुअर्जून च्या एका चित्रपटाची आठवण करून दिली, त्यामध्ये तो टॉस जिंकून देखील त्याच्या मित्राला विजयी घोषित करतो...

आकाश :- ऐ जा बे आभ्या, तसलं फक्त चित्रपटातच होत असतयं

आता माझे सगळे प्रयत्न करून झाले होते, मला माघार घ्यावीच लागणार होती. म्हणून मी स्वतःला समजावू लागलो, जाऊ दे तुला हिच्यापेक्षा भारी भेटेल, जो होता है अच्छे के लिए होता है... (द्राक्षे मिळाली नाही, तर ती आंबटच असतात)

एकदम ड्रायव्हर ने ब्रेक लावला, मी जवळ जवळ समोरच्या सिट वर आदळलोच होतो, इतक्यात आवाज आला...

बस कंडक्टर :- चला उतरून जेवण करून घ्या, बस २० मिनिटे थांबेल...

अमित :- चल आभ्या, थोडं खाऊन घेऊ..

मग आम्ही दोघेही बस मधून उतरलो आणि समोरच असलेल्या एका हॉटेल मध्ये जाऊन बसलो...

अमित :- बोल काय खाणार?

मी :- पोहे...

अमित :- काय पोहे खातो बे सारखं... आज मस्तपैकी डोसा खाऊ...

मी :- यार डोसा नको रे... नाय आवडत ते..

अमित :- चल मग आज आपण टॉस करू ...

(मिश्किलपणे हसत)

मी :- हाहाहाहा, हा चल करू आणि हा छापा माझा...

अमित ने खिश्यामध्ये हात घालून कॉईन काढला अन हवेत उडवला...

आज मीच टॉस का बॉस ठरलो होतो, त्यामुळे नाईलाजाने अमित पोह्यांची ऑर्डर देऊन आला.. काही वेळातच गरमागरम पोहे आमच्या समोर आले. अमितला काही ते पोहे आवडले नाहीत म्हणून तो तसचं अर्धवट ठेवून उठला पण लगेचच परत येवून खाऊ लागला...

मी :- काय रे? काय चाललयं तुझ ?

अमित :- अरे काही नाही रे, मी हात धुवायला चाललो होतो, तेवढ्यात ती बाई दिसली..

(हॉटेल बाहेर एका कोपऱ्याकडे बोट करत)

मी :- हा मग?

अमित :- भुकेली दिसतेय.. तिला २ वेळच जेवण निट मिळत नसेल, अन आपल्याला भेटत म्हणून आपले चोचले....

अर्धवट राहिलेले पोहे अमित ने पटकन संपवून टाकले.. मग आम्ही हात धुवायला गेलो...

अमित :- थोडे पैसे देऊ का त्या बाईला? गरज असेल तिला...

मी :- पैसे देऊन, तु तिला आणखी निष्क्रिय बनवतोयस अस नाही का वाटत तुला?

अमित :- म्हणजे?

मी :- अरे फुकटात भेटलेल्या कोणत्याही गोष्टींची किंमत माणसाला राहत नाही....

अमित :- पण मला तिला काहीतरी मदत करावी वाटतेयं

मी :- तिला तुर्तास तरी जेवणाची गरज आहे, त्यामुळे तिला जेवायला दे...

मग अमित ने मसाला डोसा घेऊन त्या बाईला दिला.. तिच्या चेहर्यावरचा आनंद पाहून त्याच समाधान झालं.. आम्ही दोघेही बसमध्ये येवून बसलो. थोड्याच वेळात सगळे प्रवासी ही आले आणि बस सुरू झाली...

अमित:- आभ्या, तुला कधी कोणती गोष्ट फुकटात मिळालीयं ?

मी :- हो...

अमित :- काय मिळालयं ?

मी :- तिचा नंबर...

अमित :- तिचा नंबर!!!! ते कस काय?

(उत्सुकतेने त्याने विचारलं)

मी इंजिनिअरिंगच्या ३र्या वर्षाला होतो. आत्ता आम्ही ५ मधून फक्त २ जणचं इथ पर्यंत पोहोचलो होतो. बाकीच्यांच काय झालं असेल हे सांगायला नको...

मी आणि काकासाहेब दोघांनी ही "एम.एस बिडवे इंजिनिअरिंग कॉलेज, लातूर" मध्ये अॅडमिशन घेतलं होत. कस बस आमचं कॉलेज लाईफ सुरू होती , आता मात्र आम्ही वर्गात कमी अन कॅन्टीन मध्ये जास्त दिसू लागलो.. वर्गातील काही मुलांना आम्ही त्यांचेच क्लासमेट आहोत हे सांगायला लागायचं...

निमित्त होत शेवटच्या वर्षातील मुलांमुलींना निरोप द्यायची म्हणजेच सेंड ऑफ... ३-४ तासांचा हा कार्यक्रम होणार होता. सगळ्यांना या कार्यक्रमात मध्ये सहभागी व्हायचं होतं त्यामुळे वेगवेगळे डिपार्टमेंट तयार करण्यात आले, कोणी व्यवस्थापन समिती मध्ये होतं, कोणी सजावटीमध्ये योगदान देणार होते, कोणी सुत्रसंचालनाचे सुत्र आपल्या हाती घेत होतं... अश्या बऱ्याच वेगवेगळ्या पद्धतीने सगळयांनी कामे वाटून घेतली होती.

मी शामिल होतो रीफ्रेशमेंट कमिटी मध्ये.. आम्ही आमच्या कामाच नियोजन करत बसलो होतोत अचानक मला कोणीतरी हाक मारली "अभिषेक". मी मागे वळून पाहिलं तेव्हा ती एक मुलगी होती " विश्रुती आंबेकर ".. आमच्या वर्गातील खूप मोजक्या सुंदर मुलींपैकी ती एक... तिच्याकडे पाहताच क्षणी ती कोणालाही आवडेल अस तिच रूप होतं. विशेषतः तिचे डोळे खूपच सुंदर, अगदी मनमोहक... वर्गात आल्यावर पहिल्याच दिवशी मी तिला पाहील होतं.. पण ऐवढी सुंदर मुलगी आपल्या सोबत साधं बोलणार ही नाही.. अंथरून पाहून, पाय पसरावे म्हणून त्या वाटेला मी कधी गेलोच नव्हतो...

पण आज चक्क तिने मला हाक माराव आणि ते ही माझं नाव घेऊन.. मला या गोष्टीचा थोडा धक्काच बसला. पण मी तसे चेहर्यावर जाणवू दिल नाही...

विश्रुती :- हाय!!!

मी :- हा बोल...

विश्रुती :- अरे, आम्ही ४ जण सुत्रसंचालन करणार होतोत, पण त्यातला एक प्रणव आजारी पडला..

मी :- हा मग?

विश्रुती :- तु घेशील त्याची जागा? I mean तु करशील सुत्रसंचालन त्याच्याजागी?

मी आधीच या विचारात होतो की, वर्गातल्या काही मुलांना सुद्धा माझ नाव नाही माहिती अन ही नावाने हाक मारते काय, सुत्रसंचालनासाठी विचारतेय काय?

या सगळ्या गोष्टी माझ्यासाठी अनपेक्षित होत्या...

मी :- हो चालेल...

(भानावर येत)

विश्रुती :- गुड!!! तुझ्या टिम मेंबर्सना सांगून , आमच्या ग्रुप मध्ये ये...

मी :- ओके....

मी माझ्या सोबतच्या मुलांना सांगून त्या ग्रुप मध्ये सामिल झालो. ती सर्वांसोबत माझी ओळख करून देणार. इतक्यात तिचा फोन वाजला... थोडा वेळ बोलल्या नंतर ती माझ्याकडे वळत बोलली...

विश्रुती :- सॉरी अभिषेक, आताच प्रणव चा फोन आलेला, तो उद्यापासून कॉलेजला येणार आहे...

तिला काय म्हणायचंय हे ओळखल्याने मी फक्त मान डोलावून उठलो आणि माझ्या रीफ्रेशमेंट कमिटी मध्ये येऊन बसलो, त्या कोणत्या प्रणवला मी ओळखत नव्हतो पण त्या दिवशी त्याला मनातल्या मनात नाही ते बोलत होतो...

आम्ही आमची सगळी कामे पूर्ण केली. मेनू ठरवण्यापासून ते किती लागतील याचा अंदाज बांधून आम्ही त्याप्रमाणे ऑडर ही देऊन झाली होती... अचानक विशाल माझ्याजवळ आला...

विशाल :- अरे अभि , २ मिनिट मोबाईल देशील का?

मी :- का?

विशाल :- अरे ते, आंबेकर ला कॉल करायचा होता... माझा मोबाईल ऑफ झाला...

मी :- कोण आंबेकर

(मला तो वर तिच आडनाव ही माहिती नव्हतं)

विशाल :- अरे ती, विश्रुती आंबेकर

कधीही कोणाला माझ्या वस्तू न देणारा मी, आज मात्र पटकन माझा मोबाईल त्याच्या हातात दिला. त्याने नंबर डायल करून कॉल केला पण तिने फोन उचलला नाही..त्याने मोबाईल आणून दिला. थँक्यू म्हणून निघून गेला.. मला ही गोष्ट नंतर समजली की विश्रुती त्याला खूप आवडायची पण त्याने नकळतपणे माझ्या रूपाने स्वतःचा एक प्रतिस्पर्धी निर्माण केला होता.

थोड्याच वेळात माझा मोबाईल वाजला, नवीन नंबर होता.. मी तो उचलला..

मी :- हॅलो!! कोण?

विश्रुती :- या नंबर वरून काही वेळा पुर्वी कॉल आलेला..

मी :- विश्रुती???

विश्रुती :- हो, आपण कोण???

मी :- मी अभिषेक, माझ्या मोबाईल वरुन विशालने तुला कॉल केलेला...

विश्रुती :- अच्छा, मी कामात होते म्हणून कॉल नाही रिसीव्ह केला.. आहे का तिथे विशाल?

मी :- नाही...

विश्रुती :- अच्छा ठिक आहे, मी करते त्याला कॉल..

मी :- ओके....

सगळी कामे झाल्यानंतर मी आणि काकासाहेब घराकडे निघालो, दोघांची घरे जवळच असल्याने आम्ही दोघेही माझ्या स्कुटीवर यायचो...

काकासाहेब :- त्या पोरीला तुझ नाव कसं काय माहित?

मी :- मला ही तोच प्रश्न पडलाय...

काकासाहेब :- सरळ सांग ना , नाही सांगायच म्हणून..

मी :- पागल आहेस का बे, खरचं नाही माहिती मला...

काकासाहेब :- फेमस होयलाईस आभ्या...

मी :- गप रे... काही काय...

काकासाहेब ला त्याच्या घरी सोडलं अन मी माझ्या घरी निघून आलो. जेवण वगैरे झाल्यानंतर पलंगावर लोळत पडलो.. कधी झोप लागली ते ही समजलं नाही, आज कार्यक्रम होता. त्यामुळे आज लवकर

जाव लागणार होत, म्हणून पटकन तयार होवून नाष्टा करून निघणार , इतक्यात मला विश्रुती ची आठवण झाली. परत माझ्या रुममध्ये जावून कपडे चेन्ज केले, आकाशी कलरचा माझा आवडीचा शर्ट घालून, आरशात चांगला दिसतोय की नाही हे बघत होतो. मोठ्या बंधूंचा परफ्यूम घेतला अन झाडावर फवारा मारावा तसा मी अंगावर मारून घेतला. स्कुटीवर बसून काकासाहेबच्या घरी गेलो, मला आज लवकर पोहचायचं होत. पण आमच्या मित्राच काम नेहमीच कासवगतीचं. खूप हाका मारल्यावर आलो आलो करत तो बाहेर आला...

काकासाहेब :- अरे अरे आज कोणाचं लग्न आहे का?

मी :- नाही...

काकासाहेब :- मग ऐवढी सजावट....

मी :- कार्यक्रम आहे न रे आज म्हणून...

काकासाहेब :- आज पर्यंत किती तरी झाले पण अस कधी पाहिलं नाही...

मी गप्पचं बसलो... आम्ही वेळेत कार्यक्रमाच्या जागी पोहोचलो होतोत.. आमच्या आधी ही बरीचशी मुलमुलीं येवून कामाला लागले देखील होते.. आज वातावरण जरा वेगळचं जाणवत होतं.. सगळे मुलमुली मिळून काम करत होती, नाही तर वर्गात मोजक्याच मुलांना मुली बोलायच्या ते पाहून आमच्या सारख्या मुलांचा जळफळाट व्हायचा... पण आजचं चित्र पाहून मनाला जे समाधान लाभलं ते शब्दात व्यक्त करनं खूपच कठीण.... आज सर्व जण नटूनथटून आली होती.. सगळेच आनंदात होते, तेवढ्यात मला समोरून विश्रुती येताना दिसली.. काय दिसत होती!!!!! गुलाबी रंगाची साडी नेसलेली, केस मोकळे सोडलेले जणू परीचं.. मला अस वाटून गेलं की तिला जावून सांगाव.. एक काळा टीका लाव, तुला कोणाची नजर नको लागायला. पण तसं मी करु शकणार नव्हतो...

थोड्याच वेळात सर्व मुलमुलीं, प्राध्यापक वर्ग आल्याने कार्यक्रमाची सुरुवात झाली. सूत्रसंचालनाची जबाबदारी ही तिच्यावरच होती.. ३-४ तास हा सगळा कार्यक्रम झाला, शेवटच्या वर्षातील मुलामुलींना भावूक करणारा हा कार्यक्रम यशस्वीरीत्या पार पडला.. सर्वांनी आपापली काम

व्यवस्थितपणे पार पाडली होती.. मला मात्र एकाच गोष्टीची खंत वाटत होती, आज विश्रुती सोबत माझं बोलणंच झालं नव्हत..

कार्यक्रम संपल्यानंतर सगळेजण आपापल्या वाटेने निघायला लागली... काकासाहेब पण भलताच खुश होता, तो तबला उत्तम वाजवायचा.. त्यामुळे आज मुलींनी त्याच तोंडभरून कौतुक केल होत.. आम्ही दोघं घराकडे निघालो...

काकासाहेब :- आभ्या काहीही म्हण आज मजा आली..

मी :- हो ना...

काकासाहेब :- तुला कोणता भाग आवडला?

मी :- सुत्रसंचालन

काकासाहेब :- पोरगं येड झालयं

मी :- काहीही काय.. छानच होत सुत्रसंचालन सगळ्यांनी खूप छान केलयं...

काकासाहेब :- बोलला का नाहीस तिला?

मी :- कोणाला?

(काहीच समजल नसल्याचा आव आणत)

काकासाहेब :- विश्रुती रे

मी :- काय सबंध बोलायचा?

काकासाहेब :- मग सारखा तिच्याकडेच तर बघत होतास...

मी :- आता जे सुत्रसंचालन करत, त्यांच्याकडे बघणारचं नं....

काकासाहेब :- fb वर तिला फ्रेंड रिक्वेस्ट पाठवं ...

मी :- गप रे, काहीही बोलतो...

त्याला त्याच्या घरी सोडून मी घरी आलो, जेवण ते झाल्यानंतर निवांत बसलो होतो.. काकासाहेबच बोलणं डोक्यात सुरूच होतं..

स्वतःशीच पुटपुटलो, पाठवू का रिक्वेस्ट? करेल का एक्सेप्ट ? पण का करेल, आमची अजून म्हणावी तशी ओळख नाही.. पण बोललोच नाही तर कशी होईल ओळख... नाही नको ती काय विचार करेल... पण ट्राय करायला काय हरकत आहे? ... खूप विचार करून fb ओपन केलं , तिच प्रोफाईल पाहीलं अन रिक्वेस्ट सेंण्ड केली, पण लगेच डिलीट ही केली... मी काय करतोय हे माझं मलाच समजत नव्हतं.. मग मोठा

श्वास घेऊन परत रिक्वेस्ट सेंण्ड केली...१० मिनिटाच्या आत मॅसेज आला, फ्रेंड रिक्वेस्ट एक्सेप्टेड... काय खरचं? मलाच विश्वास बसेना..

मी घाईघाईने काकासाहेब ला मॅसेज केला...

मी :- अरे तिने रिक्वेस्ट एक्सेप्ट केली..

काकासाहेब :- वा!!! मस्त

मी :- आता पुढे?

काकासाहेब :- पुढे काय? बोल तिच्याशी...

मी :- काय बोलू?

काकासाहेब :- दातं ३२च आहेत का विचार?

मी :- अरे काय पण काय?

काकासाहेब :- हा मग, काय बोलायचं हे पण मीच सांगु?

मी :- बरं.. बोलतो मी...

काकासाहेब :- हा...

बोलायचं तर होतेच पण सुरूवात कुठून करू हे सुचत नव्हतं... खूप विचार केल्यानंतर मी मॅसेज केला...

मी :- हाय!!!!

१५ मि. नंतर

विश्रुती :- हाय!!!!

मी :- आज कार्यक्रम खूप मस्त झाला... सुत्रसंचालन खूप छान केलतं तुम्ही सर्वांनी...

विश्रुती :- थँक्यू !!!!

अपेक्षा होती की या विषयाला हात घातल्यानंतर संभाषण वाढेल पण झाल वेगळचं... आता पुढे काय बोलावं हे मला सुचेना... मग म्हटलं हालचालच विचारून घेऊ...

मी :- काय करताय...

विश्रुती :- काही नाही अरे, आज खूप धावपळ झाली म्हणून आराम सुरू आहे..

मी :- अच्छा...

विश्रुती :- तु?

योगायोगाने मी त्यावेळी चहा करत होतो, आईने ज्यावेळी चहा करायला लावला त्यावेळी थोडासा चिडलो होतो, पण या चहा मुळे मला किती फायदा होणार हे त्यावेळी माहिती नव्हत...

मी :- चहा बनवतोय....

विश्रुती :- अरे वा!!!! तु चहा ही बनवतोस..

मी :- हो ...

विश्रुती :- छान छान!!! आवडल मला.... अजून काही येत की फक्त चहाचं

ही संधी मला अजिबातच सोडायची नव्हती.. त्यावेळी मला खिचडी बनवायला येत नव्हती तरीही उगाच बढाई मारली....

मी :- कधी कधी खिचडीही बनवतो....

विश्रुती :- वा वा!!! नंतर बायकोची मज्जा आहे मग...

मी :- अगं काहीही काय...

विश्रुती :- ओके चलो बाय, आज खूप दमलेय करते आराम... बोलू उद्या!!!!!

मी :- ओके बाय !!!!

मी लगेचच काकासाहेब ला मॅसेज केला...

मी :- अरे ती बोलली बोलू उद्या....

(खूश होऊन)

काकासाहेब :- का? आज नाही का बोलली?

मी :- अरे बोलली रे, पण उद्याही बोलू अस म्हणाली...

काकासाहेब :- अच्छा असं... झोप मग आता नाहीतर जागाच राहशील उद्याची वाट बघत....

मी :- बस्स क्या यार.... झोपायलो लगेच!!! गुड नाईट

काकासाहेब :- गुड नाईट...

तस पाहता मला झोपेची काहीच कधीच अडचण नसते... पटकन जावून पलंगावर जावून पडलो पण डोळे बंद केले की विश्रुती दिसायला लागली... गुलाबी साडी नेसलेली... आहहहह काय दिसत होती... स्वप्न बघत बघत मी झोपी गेलो... सकाळी उठल्यावर मला कालचा दिवस आठवला सर्व मुलमुलीं मस्त गप्पागोष्टी करत बसलेले, आजपासून

वर्गात मैत्रीपूर्ण वातावरण असणार अस मला वाटून गेलं... काकासाहेब अन मी वर्गात पोहोचलो पाहतो तर काय, जैसे थे!!!!! माझ्या डोळ्यावर विश्वासच बसेना, हिच का ती मुलेमुली जी काल एकमेकांशी हसत खेळत गप्पा करत बसलेली अन आज एकदम अनोळखी!!

परत एकदा माझा अपेक्षाभंग झाला होता पण मला बाकीच्यांशी काय देण घेण , माझी तर विश्रुती सोबत मैत्री झाली (माझा स्वतःचा समज).. तेवढ्यात विश्रुती येताना दिसली, मी दरवाज्याच्या जवळच उभा होतो... विश्रुती आली अन गेली ही... तिने साधं बघितलं ही नाही माझ्याकडे!!! माझ्या लक्षात आलं की काल जे काही घडलं ते फक्त कालपुरतच होत....

मी गपचूप येवून जागेवर बसलो... लेक्चर सूरू झाले... ३-४ लेक्चर नंतर ब्रेक झाला....

मी :- यार दुपारून मी नाही येणार लेक्चर ला...

काकासाहेब :- का?

मी :- काय ये क्लास मध्ये नुसतं बोर होतं

काकासाहेब :- मग काय करायचं....

मी :- चल पोरं गोळा करू अन क्रिकेट खेळू

मित्र कंपनी गोळा केली अन खुशाल कॉलेज संपेपर्यंत आम्ही क्रिकेट खेळत बसलो....

३र वर्ष संपायला आलं होतं, सबमिशन चा खेळ सुरू झाला... या इंजिनिअरींगमधला सगळ्यात कंटाळवाणं काम म्हणजे सबमिशन, नुसत लिखाण लिखाण अन लिखाण...

काकासाहेब :- आभ्या, OS चं लिहायचय आज...

मी :- लास्ट डेट कधी आहे?

काकासाहेब :- उद्याच

मी :- काय उद्याच?

काकासाहेब :- हो

मी :- कोणाचं लिहुन झालाय?

काकासाहेब :- तस खूप जणांच झालयं पण विश्रुतीच ही झालाय...

मी :- तुझ्या डोक्यात चाललंय काय?

काकासाहेब :- तेच जे तु समजलास... तिला मॅसेज कर आणि मागुन घे...

मी :- भाई तुच माझा भाऊ....

संध्याकाळी घरी गेल्यावर विश्रुती ला मॅसेज केला... आयुष्यात पहिल्यांदाच सबमिशन मला आवडायला लागलं होतं....

मी :- हाय विश्रुती !!!! मला os ची फाईल हवी होती....

विश्रुती :- आत्ता??

मी :- हो म्हणजे, फोटो काढून टाकले तरी चालतील

विश्रुती :- अच्छा ओके....

आता आमच बोलणं नेहमीच झालं होत... ती अभिषेक वरून अभि वर आली होती अन मी विश्रुती वरन विशु वर... तसा तिचा स्वभावचं होता, अगदी मनमिळाऊ.... मी ही हल्ली खूप विनोद करायला लागलो होतो... काही मुलं असतातच अशी इतर वेळी ती एकदम शांत असतात पण आपल्या आवडत्या मुलीबरोबर बोलायची वेळ येते तेव्हा मात्र त्यांच्यातला चार्ली चैपलिन जागा होतो... माझही तेच व्हायचं.. आमची आता छानशी मैत्री झाली होती, विश्रुती माझ्या आयुष्यातली पहिली " मैत्रीण " ठरली होती....

असचं एका दिवशी....

विश्रुती :- अरे अभि , तु तो मुव्ही पाहिलाय का? ... ती सध्या काय करतेय ?

मी :- नाही गं, का?

विश्रुती :- अरे काय कमाल मुव्ही आहे , बघ एकदा...

मी :- ओके, आजच बघतो...

मी लगेच जावून १०रूपयात पेन ड्राईव्ह मध्ये मुव्ही घेऊन आलो अन लॅपटॉप वर तो मुव्ही बघत बसलो... ते बघत असताना त्या मुव्ही मधली तन्वी मला विश्रुतीच भासत होती आणि आन्याच्या जागी स्वतःला पाहत होतो... मला ती मुव्ही कमालीचा आवडला होता... वा!!! काय स्टोरी आहे!!!!! त्यामधील ते गाणं तर लाजवाब....

कितीदा नव्याने तुला आठवावे

डोळ्यातले पाणी नव्याने वाहावे...

कितीदा झुरावे तुझ्याचसाठी,
कितीदा म्हणावे तुझे गीत ओठी,
कितीदा सुकून पुन्हा फुलावे...
कितीदा नव्याने...
किती हाक द्यावी तुझ्या मनाला,
किती थांबवावे मी माझ्या दिलाला,
कितीदा रडुनी जीवाने हसावे...
कितीदा नव्याने...

मला मराठीतील सर्वात जास्त आवडलेल गाणं हेच होतं.....

दुसऱ्या दिवशी कॉलेजमध्ये

मी :- यार खरचं काय मुव्ही आहे.. एक नंबर

विश्रुती :- हो ना, मला न ती स्टोरी खूपच आवडली..

मी :- हो कमाल आहे एकदम...

विश्रुती :- कुठे पाहिलास मुव्ही टॉकीजला?

मी :- नाही अगं , मी टॉकीजला नाही जातं

विश्रुती :- अस का?

मी :- त्यामागे एक कहाणी आहे

विश्रुती :- सांग मला ही

एके दिवशी मी आणि काही मित्र कॅन्टीन मध्ये गप्पा मारत बसलो होतो.. तेवढ्यात माझा एक मित्र आला... त्याला आम्ही जब्या म्हणायचो...

जब्या :- आभ्या, जरा इकडे ये की काम आहे..

मी :- अरे बोल की इथेच..

जब्या :- चल रे तिकडं

(मला जवळ जवळ हाताला धरून तो थोडासा इतरांपासून दूर घेऊन गेला)

मी :- हा बोल आता..

जब्या :- अरे ते, तुझ्या वहिनी सोबत मुव्ही ला जायचं होतं...

मी :- कोण बे वहिनी..

जब्या :- अरे दिक्षा रे...

मी :- अच्छा तुझी शालू.. हा मग मी काय करू?

जब्या :- चल की आमच्या सोबत...

मी :- तुमच्या दोघात मी कश्याला येवू...

जब्या :- चल रे..

आपला मित्र आपल्याला मुव्ही साठी घेऊन जाणार हे जरा नवलच होतं पण त्याच्या आग्रहाखातर मी तयार झालो..

मी :- जायचंय कसं?

जब्या :- तु स्कुटीतर घेऊन ये मग बघू...

मी पार्किंगमध्ये लावलेली स्कुटी घेऊन कॉलेज च्या गेट ला आलो.. तो पर्यंत दिक्षा "वहिनी" तिथं आली होती..

मी :- हा बोल कसं जायचं

जब्या :- आभ्या मी काय म्हणतो मि आणि दिक्षा, तुझ्या स्कुटीवर जातोत तु ऑटोने येथील प्लिज...

माझा मित्र माझ्या सोबतच अशी खेळी करेल अस मला वाटलं ही नव्हतं.. त्याच बोलणं ऐकून तिथच त्याला बधडायला चालू कराव अस मला वाटतं होतं... पण तिथं " वहिनी " असल्याने मला काही बोलता येणार नाही हे त्याने ओळखलं होत.. मी गपचूप स्कुटी त्याच्या हातात दिली.. अन २ मिनिटात तो तिथून निघाला.. ते ही ऑटो चे पैसै न देता... काही वेळातच त्याचा कॉल आला...

जब्या :- हा आभ्या निघालास का?

मी :- अरे कश्याला येवू मी, तुम्ही या जाऊन

जब्या :- आबे अस असतय का? तु आला नाही तर परत येतो बघ

त्याला आज येवढा पुळका का येत होता हेच मला समजत नव्हतं अन मि गेलो नसतो तर तो खरचं परत आला असता का हाही एक प्रश्न होता...

मी :- हा ओके, आलोच ...

मी ऑटोकरून रामा टॉकीजला पोहोचलो, ते दोघे माझी वाट बघत होते..

मी :- टिकिट काढलस ?

जब्या :- नाही, हे घे ३०० रूपयं.. तुच काढ

मी :- ३०० मध्ये होईल का?

जब्या :- बघ ना किती लागतील

मी विचारपुस करून आलो...

मी :- अरे २०० रू. टिकीट आहे

जब्या :- १००रू. आहेत का तुझ्याकडे?

मी :- हो

जब्या :- हा मग एक काम कर.. १००रू दे मी दोनच टिकीट काढून येतो अन ही घे चावी.. आपण कॉलेजमध्ये भेटू

अस म्हणून माझ्या हातातले १००रू घेऊन गेला ही.. मी फक्त त्याच्याकडे पाहतच राहिलो... माझ्या हातात दुसरा काहीही पर्याय नव्हता.. मी माझी स्कुटीघेऊन कॉलेजमध्ये परत आलो...

विश्रुती :- हाहाहाहाहाहा

मी :- हसतेस काय यार

विश्रुती :- अरे हाहाहाहाहाहा सॉरी सॉरी..

मी :- जाऊ दे यार उगाच सांगितलं मी...

विश्रुती :- अरे नाही नाही, पण झालं असेल एकवेळ फजिती म्हणून काय टॉकीजला जाणचं बंद... ही कुठली पद्धत...

मी :- माहीत नाही..

विश्रुती :- अच्छा सोड ते.. मी अन माझ्या मैत्रीणी सिध्देश्वरच्या यात्रेला जाऊन आलोत...

मी :- वा!!! म्हणजे आम्हाला सोडून मज्जा करताय...

विश्रुती :- अरे तु मुलींमध्ये काय करणार होतासं एकटा म्हणून नाही बोलले काही...

मी :- मग काय आणलंस माझ्यासाठी?

विश्रुती :- तु काय लहान आहेस का? यात्रेतील खेळणी आणायला...

मी :- बरं...

विश्रुती :- फुगा फुगला वाटतं...

मी :- हम्म

विश्रुती :- अरे असं कसं विसरेन बरं मी... हे बघ तुझ्यासाठी...

माझ्या हातात माझं नाव असलेलं किचन ठेवत ती म्हणाली...

मी :- ओहो... मस्त आहे... थँक्स यार...

विश्रुती :- आवडल न तुला? नसतं आवडलं तरी घ्यावचं लागलं असतं...

मी :- हा ते तर आहेच हाहाहाहाहाहा...

विश्रुती :- अरे एक गुड न्यूज सांगायची राहूनच गेली...

मी :- लग्न जमलं की काय?

विश्रुती :- गप रे, मी मावशी झाले...

मी :- ओहो... अभिनंदन !!!!

विश्रुती :- थॅंक्स!!!! ... चल मी निघते आज घरी लवकर जायला लागणार ...

मी :- ओके चालेल, पण पेढे वगैरे मिळणार की नाही...

विश्रुती :- हो नक्कीच, पार्टी करू पार्टी..

आज पहिल्यांदाच एका मुलीने माझ्या साठी गिफ्ट आणलं होतं.. ते छोटसं किचन माझ्यासाठी किती स्पेशल आहे हे मी शब्दात व्यक्त करू शकत नव्हतो.. हा दिवस मी आयुष्यात कधीच विसरू शकणार नाही..

संध्याकाळी जेवण करून बसलोच होतो.. इतक्यात फोन वाजला... विश्रुतीचा मॅसेज आला होता..

विश्रुती :- हाय अभी!!!!

मी :- हाय!!!!

विश्रुती :- अरे ती शितल आहे न, माझी मैत्रीण...

मी :- हा...

विश्रुती :- तिला आताच सांगितलं मी मावशी झाल्याचं , ती मागे लागली म्हणून तिला उद्या नाष्ट्याला घेऊन जातेय... म्हणून म्हटलं विचाराव तुलाही... येशील???

मी :- हो चालेल ना ...

विश्रुती :- ओके मग भेटूया, उद्या सकाळी..

मी :- हो चालेल...

आजचा दिवस खूपच भारी जात होता.. आज पहिलं गिफ्ट मिळालं, उद्या पहिल्यांदाच एका मुलीबरोबर बाहेर नाष्ट्याला जाणार होतो...

सकाळी लवकर उठून सगळं आवरून तयार झालो.. मस्त गरमागरम चहा घेतला, आज थोडा खुशचं होतो , कदाचित ते चेहर्यावर दिसत असावं

आई :- काय रे, काय झालं एवढं नटायला ?

मी :- कुठे काय? काही नाही...

(हसू लपवत)

आई :- आज एवढ्या सकाळी सकाळी...

मी :- अगं आज गुरुवार , लवकर लेक्चर असतात...

आई :- ते माहितीय मला.. पण बाकी काही नाही नं?

आता मात्र मला भिती वाटायला लागली, मी नाष्ट्याला जातोय हे आईला समजलं तर नसेल न?

मी :- अगं खरचं आई काही नाही..

मी माझी बॅग उचलली आणि पटकन घरून निघालो. पण मनात भीती होतीच आईला खरचं समजलं तर नसेल न? .. मग आईने अस विचारलं का? गरज होती का एवढं खूश होयची.. अस स्वतःलाच दोष देत मी पोहोचलो.. माझा अंदाज असा होता की मुलींना यायला उशीरचं होतो पण मलाच उशीर झाला होता..

विश्रुती :- अरे ही वेळ आहे का यायची?

मी :- १०च मि. तर उशीर झाला...

विश्रुती :- अच्छा ओके , ही शितल ओळखतोस न?

मी :- आता एकाच वर्गात आहोत मग ओळखणार ना

विश्रुती :- बरं, काय घेशील?

मी :- तुम्ही काय घेताय ते चालेल...

विश्रुती :- आम्ही इडली घेतोय...

मी :- चालेल..

आम्ही खूप गप्पागोष्टी करत मस्तपैकी त्या लातूर इडली स्पेशल वर ताव मारला.. आज दिवसाची सुरुवात स्वप्नवत झाली... का कुणास ठाऊक पण विश्रुती सोबत वेळ घालवण्यासाठी मला आता कोणतही कारण चालणार होतं..

नाष्टा झाल्यानंतर आम्ही कॉलेजमध्ये आलोत.. आज काकासाहेबांना पायीच यावं लागलं होतं...

काकासाहेब :- मित्राला विसरलात न...

मी :- भाई तु तो जान है यार...

काकासाहेब :- होय की म्हणून मित्राला वार्यावर सोडलं..

मी :- एवढं तापतो कश्याला रे , चल कॅन्टीनला गरमागरम चहा पाजतो ...

सगळा दिवस मित्राला समजावण्यात गेला.. रात्री जेवण करून रूम मध्ये बसलोच होतो... मोबाईल वाजला.. विश्रुती चा कॉल होता...

मी :- हा विश्रुती बोल...

(हळू आवाजात)

विश्रुती :- हळू का बोलतोयस?

मी :- काही नाही तु बोलं...

विश्रुती :- अरे काही नाही सहज केला कॉल..

एवढ्यात आई काही कामानिमित्त माझ्या रूम मध्ये आली...

मी :- हा प्रितम बोल, कस काय कॉल केला?

विश्रुती :- कोण प्रितम?

मी :- अरे ते प्रॅक्टिकल झालं नाही अजून

आई तिथेच उभी राहिली माझ बोलनं ऐकत..

विश्रुती :- काय बोलतोयस? कोणी आहे का जवळ?

मी :- हो हो.. मी करतो कॉल तुला परत..

(पटकन कॉल कट केला)

आई :- कोण होतं?

मी :- प्रितम

आई :- पोरीचा आवाज वाटला मला..

मी :- अगं त्याचा आवाजच तसा आहे

आई :- बघू मोबाईल..

मी :- हं?

आई :- मोबाईल दे इकडे..

मी :- अगं क्लासची एक मुलगी आहे.. ते प्रॅक्टिकलच विचारायला कॉल केलेला

आई :- मग खोट का बोललास..

मी :- तु कसं रिएक्ट करशील म्हणून भीती वाटली...

आई :- शेवटचं वर्ष आहे, अभ्यासावर लक्ष दे...

मी :- हो...

आई :- तुला आता काही नाही बोलत मी, तुझा रिजल्ट येवू दे मग सांगते तुला...

मी खाली मान घालून पुस्तक चाळत बसलो, थोड्यावेळाने वातावरण शांत झालेल बघून मी मॅसेज केला....

मी :- अगं आई आली होती म्हणून तसं बोलाव लागलं

विश्रुती :- बोलणं खाल्ला असणार तु

मी :- हो खूप

विश्रुती :- हाहाहाहाहाहा.. का घरी चालत नाही..

मी :- तसं नाही मी खोटं बोललो ना म्हणून

विश्रुती :- अच्छा ठिक आहे...

मी :- चल बाय उद्या बोलू, नाही तर वाट लागेल माझी..

विश्रुती :- हाहाहाहाहाहा ओके बाय...

आमचं शेवटचं वर्षे संपायला आता फक्त ६-७ महिने शिल्लक होते.. सगळे जण जेवढ्या आठवणी साठवता येईल तेवढ्या गोळा करण्याच्या मागे लागले होते.. कारण ही तसचं ही कॉलेज लाईफची शेवटची ६-७ महिने नंतर हे सुख नाही... माझाही तोच प्रयत्न होता, जेवढा जास्त वेळ विश्रुती सोबत घालता येईल, तेवढा घालण्याचा माझा मानस होता.. आणि एक संधी चालून आली.. यावेळी निमित्त होतं "शिक्षक दिन", त्या दिवशी कॉलेज मध्ये स्कूल डे असतो आणि कार्यक्रम ही...

सरांनी क्लासमध्ये विचारलं, शिक्षक दिनाच्या कार्यक्रमाचं सुत्रसंचालन कोण करेल... मुलांमध्ये फक्त एक हात वर दिसला, ते ही काकासाहेबचा अन मुलींमध्ये दोन ... एक होती किरण आणि दुसरी विश्रुती... माझा ही हात आपोआप वरती झाला..

सर :- फक्त एक मुलगा अन एक मुलगी हवी आहे, तुम्ही चौघे मिळून ठरवा ते दोघे कोण असतील...

आम्ही चौघे एकत्र जमलो ...

काकासाहेब :- बोला कसं करायचं?

किरण :- कसही तुमच्या मनावर, मला करायचंच आहे अस नाही...

विश्रुती :- मग मी करते, माझी इच्छा आहे...

किरण :- ओके चालेल..

काकासाहेब :- ठिक आहे मग करा तुम्ही दोघं..

काकासाहेबचं हे वाक्य ऐकून मला जरा नवलच वाटलं.. तो समजदार झाला की मला भास झाला हेच मला थोडावेळ समजलं नाही.. पहिल्यांदाच मला माझ्या मित्रावर कौतुकांचा वर्षाव करावा वाटत होता.

विश्रुती :- ओके चालेल..

मी फक्त मान डोलावली .. एकीकडे होत प्रेम तर दुसरीकडे होती मैत्री, या दोन्हीपैकी मला निवडावं लागणार होतं. पण माझ्या मित्राने माझ्यावर ती वेळच येवू दिली नाही... एकीकडे मित्राचं दुःख तर दुसरीकडे विश्रुती सोबत वेळ घालवायला मिळणार याचा आनंद...पण मित्राला समजावता येईल म्हणून विश्रुती सोबत सुत्रसंचालनाचं नियोजन करण्यात गर्क झालो....

मी आणि विश्रुती एकाच बेन्चवर बसून आम्हाला काय काय करता येईल यावर बोलत होतोत, तसेच पाहता फक्त विश्रुतीच बोलत होती आणि मी तिच्याकडे पाहत होतो.. तिने बोलतच जावं अन मी ऐकतच राहाव असं मला वाटतं होत.. १ तासाच्या आसपास आमचं नियोजन तयार झालं..

विश्रुती :- होईल न सगळं एका दिवसात?

मी :- हा हा होईल नं..

विश्रुती :- गुड !!!! उद्या तु लेक्चर घेणार आहेस का?

मी :- हो

विश्रुती :- मग दोन्हीची तयारी करशील एका दिवसात?

मी :- होईल गं, तु नको काळजी करू...

विश्रुती :- ओके, चल मी जाते मला वाचायला लागणार हे..

मी :- अच्छा ठिक आहे... भेटू उद्या....

विश्रुती:- हा चालेल , चल बाय...

आज मी भलताच खूश होतो , तेवढ्यात मला काकासाहेबची आठवण झाली.. मी त्याला कॉल केला, तेव्हा तो कॅन्टीन मध्ये माझी वाट बघतोय.. मी लगेचच तिथे पोहोचलो.. काकासाहेब कसल्यातरी विचारात होता...

मी :- काय साहेब काय झालं ?

काकासाहेब :- आलात....

मी :- हो

काकासाहेब :- झाली तयारी...

मी :- हो झाली... तु कसल्या विचारात आहेस?

काकासाहेब :- काही नाही रे, ती पल्लवी माहिती आहे ना तुला?

मी :- ती तुझी बचपन की यार?

काकासाहेब :- हो...

मी :- तिचं काय?

काकासाहेब :- अरे तिचा वाढदिवस होता आज...

मी :- हा मग?

काकासाहेब :- मी तिला मॅसेज करून शुभेच्छा दिल्या, तिचा रिप्लाय आला... तिचा कोणी बॉयफ्रेंड आहे , हिने कोणत्याही मित्राशी बोललेल आवडत नाही.. म्हणून मी तुझ्याशी आता बोलू नाही शकत...

मी :- ओह.. मग आता?

काकासाहेब :- अरे आता काय? अरे असलं कसलं प्रेम, जे आपल्या नात्यांपासुन आपल्याला दूर करतं... १५ वर्षाची मैत्री आमची, त्यांची ओळख १५ महिन्याची ही नसेल.. ठिक आहे तुमचं प्रेम आहे एकमेकांवर पण मग विश्वासही दाखवानं...

मी :- अरे जास्त विचार नको करू, चल चहा घेशील का?

काकासाहेब :- नाही नको घेतला मी...

मी :- अरे घे रे माझ्या सोबत... आलोच घेऊन..

काकासाहेब :- मग काय काय आहे उद्या?

(चहाचा घोट घेत)

मी :- उद्या लेक्चर ही आहे अन सुत्रसंचालन ही.. अरे थँक्स यार..

काकासाहेब:- अरे तुझ्यासाठी तेवढं करूच शकतो...

मी :- I love u

काकासाहेब:- I hate u...

मी :- बस्स क्या यार...

काकासाहेब :- हा चल जावू, उद्याच्या लेक्चरची तयारी करायचीय मलाही...

मी :- हा चलो...

घरी आल्यावर तयारीला लागलो... लेक्चर आणि सुत्रसंचालन दोन्हीची तयारी करायची होती.. आज झोपायला जरा उशीरच झाला.. सकाळी उठून मस्तपैकी प्राध्यापकांसारखा पेहराव करून मी आणि काकासाहेब कॉलेजला पोहोचलो.. आज सर्वच खूश होते, आज सर्वजण सर, मॅडम वाटत होते...

माझं पहिलंच लेक्चर होत द्वितीय वर्षाच्या वर्गावर .. विषय होता "पर्सनॅलिटी डेव्हलपमेंट " आणि त्याच लेक्चर घेणार होतो मी,पण तयारी चांगली केली होती त्यामुळे लेक्चर अपेक्षेप्रमाणे छान झालं.. लेक्चर झाल्यानंतर विश्रुती आणि मी सुत्रसंचालनाची तयारी करत बसलो..

मी :- छान दिसतीयस!!!

विश्रुती :- थॅंक्स!!! आता करूयात तयारी?

मी :- हा चालेल ना, त्यासाठी तर बसलोयत

तयारी करत असतात मी मुद्दाम चुका करायचो.. कारण जर चुका झाल्याच नाहीत तर तयारी तिथेच थांबली असती अन मला ते नको होत..

विश्रुति :- अरे किती विसरतोयस ...

मी :- अगं नाही लक्षात राहत तर काय करणार मी..

विश्रुति :- तरी काल विचारलं होतं मी होईल की नाही..

मी :- हा मग झालं नं, लेक्चर पाहिलं ना किती मस्त दिलं...

विश्रुति :- हो पाहिलं, ठिक होतं...

मी :- ठिक ?

विश्रुति :- हो

मी :- काय तु पण, तुला ना चांगल्या गोष्टींची पारख नाही करता येतं... Best teacher award मलाच भेटेलं बघ तू...

विश्रुति :- हो का? आता करू या तयारी?

मी :- हो का नाही? त्यासाठीच तर आलोय..

यावेळी सगळं व्यवस्थित झालं आणि विश्रुतिच समाधान ही... कार्यक्रम होणार होता ३ वाजता ... प्राचार्य साहेब आले ४ वाजता पण आज मला कोणाचाच राग येत नव्हता.. सगळं मनाप्रमाणे घडत होतं... एकदाचा कार्यक्रम सुरू झाला आणि आमचं सुत्रसंचालन ही.. कार्यक्रम जवळ जवळ ३ तास चालला.. मला आणि काकासाहेब दोघांना अपेक्षेप्रमाणे best teacher award मिळाला..

संध्याकाळचे ७ वाजले होते सर्वजण आपापल्या घरी निघाले.. माझ्या मित्रांना निघायला अजून वेळ होता आणि तिच्या मैत्रिणींना जायची घाई..

विश्रुति :- पोरी घाई करतायत, मला ही जावे लागेल..

मी :- चल ना मी येतो खाली पर्यंत सोडायला...

विश्रुति :- चल..

आम्ही कॉलेज बिल्डिंगच्या तिसऱ्या मजल्यावर होतोत.. रोज आम्हाला ६ जिने चढून जाव लागायचं... पण आजची गोष्ट वेगळी होती.. तिच्या मैत्रिणी थोड्याशा पुढे होत्या आणि मी आणि विश्रुति मागे "दोघचं "... आम्ही दोघे ही शांतच होतोत, काय बोलावं हे सुचत नव्हतं.. रोज ६ जिने चढावे लागतात म्हणून रोज बिल्डिंग बांधणाऱ्यांना आम्ही वाटेल ते बोलायचो आणि आज ही मी मनातल्या मनात तेच करत होतो फक्त फरक हा होता की त्याला अजून १-२ जिने जास्त बांधायला हवे होते अस वाटतं होतं... तो क्षण का कोणास ठावूक तसाच थांबावा अशी प्रार्थना मी देवाकडे करत होतो पण ते शक्य नव्हतं..

विश्रुति :- थॅंक्स!!!!

मी :- कश्या बद्दल...

विश्रुति :- इथं पर्यंत सोडायला आलास त्या बद्दल..

मी :- म्हणजे इथून परत जाऊ?

विश्रुति :- मग काय आता गेट पर्यंत येतो सोडायला...

मी :- चालेल मला...

विश्रुति:- अरे नको असू दे.. त्या बघ पोरी थांबल्यात
वाट बघत..

मी :- अच्छा ओके सांभाळून जा...

विश्रुति :- हो... चल बाय...

मी :- बाय

ती आणि तिच्या मैत्रिणी गेटच्या बाहेर जाई पर्यंत तिथेच उभा
होतो... तेवढ्यात काकासाहेब ही खाली आला...

काकासाहेब :- अरे गेली ती किती वेळ त्या गेटकडे बघत बसणार
आहेस...

मी :- अरे तुझीच वाट बघत होतो...

काकासाहेब :- ओहहहहह...

मी :- हा बस चल जावू घरी

काकासाहेब :- हा चल

मी :- यार मला आजवर आवडत होती आता प्रेम झालयं अस
वाटतंय... सगळा वेळ तिच्या सोबत जावा अस सारख वाटतं..

काकासाहेब :- वा क्या बात है!!! मग तिला कधी सांगणार आहेस...

मी :- यार काही काय..

काकासाहेब :- बरं इस खूशी में येवले चहा...

मी :- चल!!!

(चहा घेत)

मी :- ति एक्सेप्ट करेल का?

काकासाहेब :- तुझ्या मनात काय आहे, हे सांगुन तर बघ नंतर च्या
गोष्टी नंतर बघू

मी :- ओके... आज आमचा जोडा कसा दिसत होता?

काकासाहेब :- बगळ्याच्या जवळ कावळा बसल्यावर कसं दिसत
तसं...

मी :- काक्या साल्या...

काकासाहेब :- हाहाहाहहाहाहा.... अरे तो जब्या आहे का रे (रस्ता कडे बोट दाखवतं)

मी :- अरे हो.... ये जब्या, जब्या.. इकडं इकडं

जब्या :- अरे काकासाहेब, अभी कसं काय इकडं...

अभी :- काय चहा घेतोय... तु घेशील?

काकासाहेब :- तो नाही म्हणेल का?

अभी :- हाहाहाहहाहाहा

जब्या :- घ्या गरीबांची मजाक घ्या..

अभी :- अरे किती वर्षांनंतर भेटतोयस ... आणि तुझी शालू कशी आहे...

जब्या :- काही नाही रे, वेगळे झालो आम्ही...

काकासाहेब :- कसं काय?

जब्या :- पहिले १-२ वर्ष चांगले गेले, नंतर मात्र छोट्या छोट्या गोष्टींवरून भांडण होयला लागली... आमच्या दोघांच्याही मतांमध्ये जमीन आसमान चा अंतर मग काय होणार...

मी :- मग आता काहीच कॉन्टॅक्ट नाही?

जब्या :- अजिबात नाही,

मी :- तो टॉकीज चा किस्सा आठवतोय नं?

जब्या :- सॉरी यार अभ्या होत असतं... बरं चल मी निघतो, इथे थोडं कामानिमित्त आलेलो.. भेटीनंतर

काकासाहेब :- हा चालेल...

मी :- यार हे असं कस वेगळे झाले.. ३-४ वर्षे सोबत होते ते...

काकासाहेब :- चालायच्या या गोष्टी.. चल आपण निघू उशीर होतोय खूप...

मी :- हा चल...

काकासाहेब :- मग उद्याच बोलतोस नं विश्रुति शी..

मी :- अरे करू समजत नाहीए..

काकासाहेब :- काही नाही बोल उद्याच...

मी :- ओके...

बोलता बोलता काकासाहेबच घर आलं अन मी घरी निघून आलो.. मनात विचार चालूच होता, कसं सांगु तिला काय सांगू... ति काय म्हणेल.. विचार करत करत कधी झोप लागली समजल ही नाही... सकाळी उठल्यापासून तोच विचार कसं होईल ,ती रागवेल का.. कसाबसा तयार होवून मी, काकासाहेब सोबत कॉलेज मध्ये पोहचलो...

दुपारी ब्रेक मध्ये मी आणि विश्रुति दोघंच बोलत बसलो होतोत...

विश्रुतिः- काय झालं? आज फ्रेश वाटत नाहीयेस..

मी :- नाही काही नाही...

विश्रुति :- नक्की??

मी :- तुझं आवडत गाणं कोणतं?

विश्रुति :- एक सांगणं अवघड आहे रे...

मी :- तु ते गाणं ऐकलसं ?

विश्रुति :- कोणतं...

मी :-

हमें तुमसे हुआ है प्यार हम क्या करे

हमें तुमसे हुआ है प्यार हम क्या करे

आप ही बताये हम क्या करे

आप से भी हसीं हैं आप की ये अदाए

हम इस अदा पे क्यों ना मरे

विश्रुति :- हो.. जुनं आहे वाटत नं हे?

मी :- हो

विश्रुति :- हे गाण्याचं अचानक?

मी :- मला तुला काही तरी सांगायचं आहे...

विश्रुतिः- हा बोलं नं...

मी :- काही नाही सोडं...

विश्रुति :- अरे बोलं...

मी :- विशू मला तुझा सहवास आवडतो.. तुझ्यासोबत वेळ घालवण्याचा मला फक्त बहाणा हवा असतो... तु बोलत राहावं मी ऐकत राहावंसं वाटतं.. मला तु आवडतेसं... इतरांपेक्षा तु खूप स्पेशल आहेस माझ्यासाठी "I really love u " ...

काहीच बोलली नाही...

मी :- बोल नं काही तरी...

विश्रुति :- हे बघं अभि तुझं माझ्यावर प्रेम आहे ठिक आहे पण माझ्यासाठी तु एक खुप चांगला मित्र आहे आणि नेहमी असशील.. पण त्यापेक्षा जास्त मला नाही वाटतं काही आहे...

मी :- एकदा विचार तरी करून बघ...

विश्रुति:- ठिक आहे तु म्हणतोस तर करते मी विचार पण त्याचा उपयोग काय अभि?? प्रेम हे विचार करून होतं नसतं, कोणीतरी आपल्याला विचारलं म्हणून त्यावर विचार करून हो नाही ठरवणं म्हणजे प्रेम नाही आणि जरी विचार करून हो म्हटलं तरी ते नातं जास्त दिवस टिकत नाही...

मी :- मग ते गिफ्ट? सर्वात आधी मला येवून एखादी गोष्ट सांगणं ते काय आहे?

विश्रुति :- मैत्री... एखादी मुलगी, एखाद्या मुलाला गिफ्ट देते याचा अर्थ तिच्या मनात तेच आहे असं नसतं.. तो मुलगा तिचा चांगला मित्र ही असू शकतो.. आजकाल कोणत्याही गोष्टीला प्रेमाची उपमा दिली जातेय... अगं तुझी ती मैत्रीण सिंगल आहे का? नाही... मग ती दुसरी तिला बघ न विचारून... तुच सांग हे प्रेम आहे...

मी :- पण आपलं तसं नाहीये न, आपण आधी चांगली मैत्री झाली, एकमेकांना आपण ओळखतोत.. मी डोळे बंद केले की मला तुझाच चेहरा दिसतो....

विश्रुति:- अभि प्रेम हे टॉस जिंकण्यावर अवलंबून नसतं... हेड आलं तर माझं प्रेम आणि टेल आलं तर तुझं प्रेम...

मी :- विशु ती गोष्ट वेगळी होती ...

विश्रुति :- तो टॉस तु जिंकला असतास तर? अन हा राहीला प्रश्न डोळे बंद केल्यावर दिसण्याचा तर काही वर्षांनंतर दुसर कोणी दिसेल...

अस म्हणत ती तिथून निघून गेली, दुसर कोणी दिसेल म्हणजे काय? तिला नेमकं म्हणायचं काय होतं?... हा सगळा प्रकार दुरून काकासाहेब बघत होता.. ति गेल्याच पाहून तो माझ्याजवळ आला...

काकासाहेब :- तिने नकार दिला वाटतं?

मी :- हो... नकार , होकार हा तिचा निर्णय मान्य.. पण तिने माझ्या प्रेमावरचं प्रश्नचिन्ह केलयं... काही वर्षांनंतर दुसरी दिसेल म्हणजे काय?

काकासाहेब :- नेमकं झालं काय?

मी घडलेला सगळा प्रकार सांगितला...

काकासाहेब :- हम्म पण ती जे काही प्रेमा विषयी बोलली ते नाकारता ही येत नाही..

मी :- अरे पण त्या निशाची गोष्ट वेगळी होती, तीला मी निट ओळखत ही नव्हतो, पण विशुची गोष्ट वेगळी आहे...

काकासाहेब :- हे बघ तिनं तुझ्या भावना ऐकून घेतलं ना मग आता तु तिच्या निर्णयाचा आदर कर ..

मी :- पण माझ्या डोक्यातून ते वाक्य जात नाहीए..

काकासाहेब :- हे बघ आजकाल हेच होतयं कोणी तरी सिंगल आहे म्हणून लागा मागे.. जब्याच घे त्याच तेच झालं ना... आधी त्याची ओळखही नव्हती फक्त ते mutual friend. याने विचारलं, तिने ही होकार दिला, थोडे दिवस सर्व ठिक मग झाले वेगळे.. त्याच्यात खरंच प्रेम होत? ... आणि आजकालच्या प्रेमात किती अटी यार इथं नको जाऊ, तिथं नको जाऊ... या मुलीशी बोलू नको, त्या मुलाशी बोलू नको.. त्या पल्लवीच बघ ना, १५ वर्षाची मैत्री आमची बॉयफ्रेंडच ऐकलं अन दिली तोडून मैत्री... अरे तुमचं प्रेम महत्त्वाचं तसं इतर नाती ही.. हे कधी समजणार कोणास ठावूक...

मी :- पण माझं काय?

काकासाहेब :- प्रेम हे होकार, नकार वरती अवलंबून नसत रे, प्रेम निस्वार्थ असतं.. प्रेमात फक्त आपल्या जवळचं द्यायचं असतं... तिचा नकार असेल तर काय फरक पडतो... आणि तसही प्रेम हे लादून होत नाही हे ही खरचं...

मी :- मला काही समजत नाहीए, बरं त्या आक्याला कॉल लाव... विशू मुळे आठवण झाली... बघ काय करतोय, कुठेय...

त्याने खिशात हात घातला मोबाईल काढून आकाशसा कॉल लावला...

आकाश :- हॅलो!!!!

काकासाहेब :- हॅलो!!! कसा आहेस मित्रा...

आकाश :- अरे काकासाहेब मस्त... खूप दिवसांनी आठवण काढलीत

काकासाहेब :- हे आभ्याला बोलायचं होतं तुझ्याशी..

आकाश :- आभ्या पण आहे का सोबत...

मी :- कसा आहेस आक्या ...

आकाश :- मस्त तु कसा आहेस...

मी :- मजेत... काय विसरला काय मित्रांना...

आकाश :- अरे नाही रे असं कसं विसरेन...

मी :- कॉल करत नाहीस काही नाही, खूपच गुंतलाय वाटतं निशा मध्ये..

आकाश :- अरे लग्न झालं तिचं...

मी :- काय??

आकाश :- हो... २ वर्ष सोबत होतोत आभ्या एक दिवस आली अन सांगितलं घरच्यांनी लग्न जमवलं ..

मी :- तु ठिक आहेस न नक्की...

आकाश :- अरे हो, त्यावेळी थोडे दिवस अवघड गेले.. पण आता ठिक आहे... कोणा वाचून कोणाचं अडतं नाही रे...

मी :- अरे पण..

आकाश :- अरे आभ्या नंतर करतो कॉल थोडाकामात आहे...

मी :- हा ठिक आहे, चल बाय...

काकासाहेब :- काय बोलला...

मी :- अरे तीच लग्न झालं अन तो म्हणतो कोणा वाचून कोणाचं अडतं नाही..

काकासाहेब :- ओहहहहह

मी :- काकासाहेब प्रेम म्हणजे नक्की काय?

काकासाहेब :- आजवर कोण प्रेमाची व्याख्या सांगू शकलंय.. पण प्रेमात अटी नसतात हे मात्र निश्चित..

मी :- आता मी काय करू मला समजत नाहीए...

काकासाहेब:- जास्त विचार करू नको, १५ दिवसांत फायनल एग्जाम सुरू होतायत म्हणून सध्या तरी अभ्यासावर लक्ष दे ...

मी :- हा....

सगळ्या गोष्टी विसरून अभ्यासाला लागलोत, १५ दिवसांवर परीक्षा होती..

परिक्षेच्या दिवशी सकाळी, सकाळी एक मोबाईल वाजला, विश्रुती चा मॅसेज...

विश्रुति :- all the best...

मी :- same to u...

या शेवटच्या परीक्षा १० दिवस चालल्या, काही पेपर छान गेले काही पेपर अवघड गेले.. कशीबशी एकदाची परीक्षा संपली..

वर्गातील सर्वांनी शेवटची भेट म्हणून उद्याचा दिवस ठरवला.. ही शेवटची भेट ठरणार होती, सगळेजण भावूक होतेच.. मला आज झोपचं येईना उद्या विश्रुतीला शेवटचं भेटणार होतो.. त्यानंतर आमची नंतर कधी भेट होईल न होईल हे माहीत नव्हतं..

सकाळी उठून फ्रेश झालो, नाष्टा करायला बसलो पण आजकाहीच खावं वाटेना, कश्यातचं मन लागतं नव्हतं... थोडंसं खावून काकासाहेब सोबत वर्गात पोहचवलो..

बस कंडक्टर :- चला महाबळेश्वर.. उतरा उतरा...

अमित :- चल बाशा उतर ...

अमित आणि मी आमच्या बॅगा घेऊन खाली उतरलो.. जवळच एक हॉटेल होतं..

अमित :- आभ्या हे हॉटेल, बघू इथे रुम भेटेल का?

मी :- हा चल...

सुदैवाने आम्हाला रूम मिळाली.. रुम मध्ये जाऊन आम्ही फ्रेश झालो...

अमित :- बाशा पोहोचलो एकदाच..

मी :- हो ना...

अमित :- तुम्ही पण पोहोचला होतात ना? भेटलास विश्रुतिला?

आम्ही पोहोचलो तेव्हा जवळपास सर्वचजण आले होते.. काहीजण यायचे बाकी होते.. विश्रुति ही दिसतं नव्हती, का कुणास ठाऊक मन खुपच बेचैन होत होतं.. तिची ती मैत्रीण दिसली शितल...

मी :- हाय शितल!!!

शितल :- हाय अभि... बोल ना...

मी :- विश्रुति दिसतं नाहीए..

शितल :- अरे ती कालचं निघून गेली गावी काहीतरी इंमरजेसी आहे म्हणाली.. तुला बोलली नाही का काही..

मी :- नाही...

तिला शेवटचं भेटावं ही वाटलं नाही का? मित्र म्हणत होती ना मला मग मित्र चुकला असेल तर कान पकडायचा अधिकार आहे न तिचा, मग का गेली ती न भेटता?

अमित :- त्या नंतर कधीच भेट झाली नाही?

मी :- नाही?

अमित :- भेटणार ही नाहीस?

मी :- काय करू भेटून तिला प्रेम कधीच होणार नाही अन मला प्रेमा शिवाय सुचणार नाही आणि निघून ती गेली मग परत यायच की नाही हा निर्णय ही तिचाचं.. पण ती कधी भेटलीच तर तिला सांगायचय ४ वर्ष झाली आजही डोळे बंद केल्यावर मला अजूनही तिच दिसते...

अमित :- आणि ती परत आलीच नाही तर??

हा प्रश्न ऐकताच क्षणी मला कपील शर्मा शो मधल्या एका महिलेचा शेर आठवला...

अगर सबकुछ मिलजाएगा जिंदगी में
तो तमन्ना किसकी करोगे...
कुछ अधुरी ख्वाइशे तो
जिंदगी जिने का मजा देती है...

समाप्त.....